घरटे

वि. स. खांडेकर

मेहता पब्लिशिंग हाऊस

GHARTE by V. S. KHANDEKAR

घरटे : वि. स. खांडेकर / कथासंग्रह

© सुरक्षित

मराठी पुस्तक प्रकाशनाचे हक्क मेहता पब्लिशिंग हाऊस, पुणे.

प्रकाशक : सुनील अनिल मेहता, मेहता पब्लिशिंग हाऊस,
१९४१, सदाशिव पेठ, पुणे – ३०.

प्रकाशनकाल : १५ नोव्हेंबर, १९७६ / सप्टेंबर, २००१ / एप्रिल, २००४ /
सप्टेंबर, २००६ / फेब्रुवारी, २०१० /
पुनर्मुद्रण : ऑगस्ट, २०१३

मुखपृष्ठ : शैलेश मांढरे

ISBN 81-7766-230-9

अनुक्रम

घरटे

काळेबाई वर्गात आल्या. सुमन खिडकीतून बाहेर पाहू लागली. काळेबाई तिला मुळीच आवडत नसत. तिला राहून राहून वाटे, आपल्यासारख्या चुका देवाच्या हातूनही होत असाव्यात ! तसे नसते तर काळेबाईंना गोरे कशाला केले असते ? सारी गोरी माणसे वाईट वाईट असतात. दादा, अक्का आणि ताई, तिघेही गोरी आहेत. म्हणूनच ती आपल्याला अशी हिडीस-फिडीस करतात, काही झाले तरी काळी काळी चिचुंद्री म्हणून आपल्या मागे लागतात. कोंडा देऊन डोंबारणीकडून विकत घेतलेली मुलगी म्हणून आपल्याला हसतात. आईसुद्धा तसेच म्हणते. खरे असेल का हे ? हो, ते खरेच आहे. घरात आहे ती आपली खरी आई नाही. म्हणूनच ती आपल्याला एकसारखी रागावते ! आपली खरी आई ती डोंबारीण. ती कुठे बरं असेल आता ? लांब लांब फिरत गेली असेल. पुणे, मुंबई, दिल्ली आपण आगगाडीत बसून दिल्लीत गेलो तर ती आपल्याला भेटेल नाही ? मग ती आपल्याला घट्ट पोटाशी धरील, आपले खूप खूप पापे घेईल, 'तुला चिवडा आवडतो ना ? हा घे,' म्हणून एक डबा आपल्या हातात देईल. डबा ? अं हं ! ती खरी आई आहे आपली ! ती पीपच देईल चिवड्याचे आपल्याला उचलून !

'सुमन, कुठं आहे तुझं लक्ष ?' कावळ्यासारखा कर्कश आवाज सुमनला ऐकू आला. सुमनने मागे वळून पाहिले. काळेबाई कुठले तरी पुस्तक उघडत होत्या.

सुमनने वाकून हळूच त्या पुस्तकाकडे पाहिले. कालचेच पुस्तक होते ते कवितेचे. तिला वाटले, आपण उठावे आणि बाईंना म्हणावे, 'आज छान गोष्ट सांगा आम्हाला !' गोष्टीत किती किती मजा असते ! चल रे

भोपळ्या टुणुक टुणुक-सारखी ! त्या भोपळ्यात ती लबाड म्हातारी कशी बसली होती ? परवा आई भाजीसाठी भोपळा फोडायला लागली. तिने तो विळीवर धरला तेव्हा आपण म्हटले, 'आई, हळू फोड हं ! आतल्या म्हातारीला लागेल.' 'खुळी कुठली !' आई म्हणाली. दादा, ताई आणि अक्का तिघेही हसली. अगदी माकडासारखी ! वेडी आहेत ती ! नुसती वेडी नाहीत, दुष्ट आहेत अगदी ! सकाळी दादाचे फौंटन आपण शुद्धलेखन लिहायला घेतले. पाच ओळींनी काय शाई संपणार होती त्या दादिटल्याच्या पेनातली ? पण त्याने आपल्या पाठीत असे धपाटे घातले ! टांगेवाला घोड्याला चाबूक मारतो ना, तसा तो आपल्याला बडवायला लागला. आपण ओरडलो, रडलो. पण आई उलट आपल्यावरच रागावली. म्हणाली, 'तू त्याच्या फौंटनला हात का लावलास ?' ती आपली खरी आई नाही; म्हणूनच असे म्हणाली ती ! फौंटनपेन दादाचे, कॅरम अक्काचा, साडी ताईची. सारे सारे त्या तिघांचे ! आपले मात्र काही नाही या घरात ! आपल्याला कोंडा देऊन विकत घेतलंय ! होय, हेच खरे ! तसे नसते तर दादाने मारल्यावर आपण बाबांच्याकडे रडत गेलो, तेव्हा त्यांनी एखादे मलम काढून आपल्या पाठीला चोळले नसते का ? बाबा नेहमी फिरत असतात, आगगाडीतून लांब लांब जाऊन ते औषधे विकतात, असे आई साऱ्यांना सांगते. मग त्यांच्यापाशी आपल्या पाठीला लावायला औषध नसेल असे कसे होईल ? पण आपण रडत रडत त्यांच्याकडे गेलो, तेव्हा ते आपल्याच अंगावर ओरडले. रस्त्यावरले कुत्रे घरात येऊ लागले म्हणजे दादा 'हॅड' करतो ना ? अगदी तस्से ओरडले. बाबा काही आपले खरे वडील नाहीत. उंच उंच काठी वर चढणारा, ढुमढुम ढोलके वाजवून साऱ्या आळीतली मुले गोळा करणारा कुणीतरी डोंबारीच आपला बाप आहे. आज आपण त्याच्याबरोबर असतो तर- तर गुढीप्रमाणे रस्त्यावर उभ्या केलेल्या त्या काठीवर रोज रोज चढत राहिलो असतो आणि मग खेळ संपल्यावर दारोदार फिरून आपण खूप पैसे मिळवले असते. एक, दोन, सात, अठरा, शंभर, दोनशे.. !

ते चित्र डोळ्यांपुढे उभे राहताच शाईचे डाग पडलेल्या पिशवीत हात घालून तिने एक आणेली झटकन बाहेर काढली. ती झाकल्या मुठीत लपविता लपविता ती खुदकन हसली. आपल्या पराक्रमाचा

तिला अभिमान वाटू लागला, सकाळचा तो प्रसंग तिला आठवला.

आपण आईची साडी नेसायचा हट्ट धरला. ताईटली मांजरासारखी गुरगुरत म्हणाली, 'तू माझ्याइतकी उंच हो; मग आई देईल साडी तुला !' आजच्या आज उंच कसे व्हायचे ते किती तरी वेळ आपल्याला कळेना ! मग सुचली एक युक्ती ! अगदी नामी ! गोष्टीतल्या कोल्ह्याला नाही का सुचत ? तशी. हळूच एक खुर्ची आणून आपण तिच्यावर चढलो. खुंट्यांना आणि फळ्यांना आपले हात पोचू लागले. कोठीच्या खोलीतल्या फळीवर आई पैसे ठेवते. तिथे सुद्धा हात पोचतो की नाही हे आपण पाहिले. त्या फळीवर हाताला सहज पैसे लागले. किती होते कुणाला ठाऊक ! सारे घ्यावेसे वाटले. पण देव पाहील म्हणून - देवाला सारे दिसते असे पहिल्या इयत्तेतल्या त्या गोष्टीतच होते की !

आपण खुर्चीवरून खाली उतरणार होतो. इतक्यात शाकिटली डोळ्यांपुढे उभी राहिली. काल शाळा सुटल्यावर वाटेत एक आण्याचा पेरू घेऊन आपल्याला टुक् टुक् करून दाखवीत ती घरी गेली. तिची खोड केव्हा तरी मोडायलाच हवी ! आपला हात पुन्हा वर गेला. त्याने चटकन एक आणेली उचलली. देवाने बहुधा ते पाहिले नसावे नि त्याने ते पाहिले असेल तर रात्री काळोखात हळूच आपल्या अंथरूणापाशी तो येईल. त्याला काय बरे सांगायचे ? हं ! ती आणेली हातानं चोरली, मी नाही. नि आईला हे कळलं तर ? छे ! ती नेहमी आजारी असते, तिला कुठली इतकी पैशांची आठवण राहणार आहे ?

सुमनने मागे एका बागेत एक फुलपाखरू पकडले होते. ते हातात धरले असताना तिला मोठ्या नाजूक गुदगुल्या झाल्या होत्या. मुठीत लपविलेल्या आणेलीने आता तिला अगदी तस्सा आनंद होत होता.

हा आनंद कुणाला बरे सांगावा ? मध्येच तिचे लक्ष बाईंच्याकडे गेले. त्या पुनः पुन्हा म्हणत होत्या-

'गोठ्यात वासरांना । या चाटतात गाई ।'

त्या गाईचे शेण काढायला बाईंना गोठ्यात पाठवावे असे सुमनला वाटले. तिच्यासमोर बसलेल्या शकूने काही तरी तोंडात टाकले असावे. तो आवळा होता की चिंच होती ? तिचा एक गाल मधेच फुगला होता तो काय उगीच ?

आता सुमनला राहावेना ! तिने हातातली आणेली शकूला दाखविली.

आपणही संध्याकाळी पेरू घेऊन खाणार आहोत असा अभिनय करण्यात ती दंग होऊन गेली. इतक्यात काळेबाई ओरडल्या, नि सुमनला वर्षापूर्वी पाहिलेल्या सर्कशीची आठवण झाली. तिच्यातला वाघ असाच-

काळेबाई विचारीत होत्या, 'कळली का कविता ?'

सुमनने मान हलविली.

'मग सांग बघू अर्थ ? स्वामी म्हणजे काय ?

स्वामी - स्वामी - स्वामी माणसाची चाहूल लागताच खारीने झर्रकन झाडाच्या अगदी वरच्या फांदीचे टोक गाठावे तसा सुमनच्या स्मरणशक्तीने आपल्या मनाचा तळ गाठला. एका क्षणात तो सारा तिने ढवळून काढला. पण तिला तो स्वामी कुठेच सापडेना !

तिने घाबरून बाईंकडे पाहिले. वाघाने शेपटी फुलविली होती ! आता देवा एकदम तिला आठवण झाली. बरे वाटावे म्हणून आई मध्ये कुठल्यातरी मठात अंगारा आणायला जात होती. तिथे एक स्वामी आले होते. ते तिला अंगारा देत. आपण एकदा आई बरोबर तिथे गेलो होतो.

सुमनने ताडकन् उत्तर दिले, 'स्वामी म्हणजे डोक्याचा गोटा केलेला माणूस !'

या उत्तराबद्दल बाई आपल्याला शाबासकी देणार अशी तिची खात्री होती. तिने मोठ्या ऐटीने खुर्चीकडे पाहिले. ताशा वाजवितात तशी बाईंनी टेबलावर छडी ताडताड आपटली. वाघ अधिकच चवताळलेला दिसला. बाई ओरडल्या, 'फाजील कुठली ! बाकावर उभी राहा.'

ती बाकावर चढू लागली. दहा-पाच पोरी फिदीफिदी हसल्या. त्या हसण्यातूनही 'फाजील कुठली' हेच आवाज उमटत आहेत असे सुमनला वाटले. घरी, दारी, शाळेत वेळी-अवेळी असल्या शब्दांखेरीज दुसरे काही आपल्याला का ऐकू येत नाही हे तिला कळेना ! 'फाजील कुठली, आठ वर्षांची घोडी, काळी काळी चिचुंद्री, कारटील, चांगली चेचून काढली पाहिजे, हिला डोंबारणीला देऊन टाकायला हवी-' आई, बाबा, दादा, अक्का, ताई, बाई सारी माणसे सारखे असेच बोलत असतात. या साऱ्यांनी कट केलाय आपल्याविरुद्ध ! अफजलखान नव्हता का शिवाजीला मारायला आला ? तशी ही सारी माणसे-

बस्स ! आपण आत्ता शिवाजी व्हायचे ! आणि साऱ्या अफजलखानांना

- सुमन ताठ मान करून बाकावर उभी राहिली. वर्गात बाई कविता शिकवीत नसून एक वेडी काही तरी बडबडत आहे अशा दृष्टीने ती चोहीकडे पाहू लागली.

तिची नजर एकदम वर गेली. ती छपऱ्याजवळ कोपऱ्यात खिळली. तिथे एक रुंद फट दिसत होती. त्या फटीतून बारीक बारीक कापूस भुरभुरत खाली पडला. तरंगत तरंगत तो जमिनीकडे येऊ लागला. त्या कापसाच्या मागोमाग एक-दोन गवताच्या काड्या आणि एक-दोन काटक्या घरंगळत बाहेर आल्या. त्याही खाली पडल्या. सुमन उत्सुकतेने पाहू लागली. चिमणीने आपले घरटे तिथं बांधले असावे. बाहेर येता येता चिऊताईच्या अंगाला लागून तो कापूस, काड्या नि काटक्या खाली पडल्या असाव्यात! बाहेर आलेली ती चिमणी पुन: पुन्हा त्या फटीत चोच घालीत होती. आता ती थोडी दूर झाली. तिची ती इवली इवली पिले फटीपाशी दिसू लागली.

सुमनचे सारे कुतूहल जागृत झाले. सर्कशीतले वाघ, सिंह पाहताना तिला आपण एका नव्याच जगात प्रवेश केला आहे, असा भास झाला होता. आताही तिला तसेच काही तरी वाटले. गेलया दिवाळीला पहाटे काळोखातून प्रकट होणारे पूर्वेकडले प्रकाशमय जग पाहून ती भान विसरून गेली होती. पुस्तकात अचानक सापडलेल्या मोरपिसाप्रमाणे ती स्मृती तिच्या डोळ्यांपुढे तरळू लागली. साडी, चिवडा, पेरू, आणेली, दादिटला, ताईटली, साऱ्यांचा तिला विसर पडला.

बाई ओरडल्या, 'कुठं बघतेहेस सुमन ? इंग्रजी चवथीची कविता मी मुद्दाम मराठी चवथीला शिकवितेय! आणि तू उनाडपणानं - हं, म्हण - 'उष्ट्या तशा मुखाच्या । घेईल चुंबना ती!' ती म्हणजे कोण ? आपली आई - हं, म्हण - उष्ट्या तशा -'

एखाद्या यांत्रिक बाहुलीने आपले हातपाय वर खाली करावे तसे ते शब्द सुमनने आपल्या तोंडातून बाहेर काढले. पण तिला ते काही केल्या खरे वाटेनात. तिने समोरच्या कोपऱ्यातल्या घरट्याकडे पाहिले. मघाशी ती चिमणी कशी पिलांच्या चोचीत चोच घालीत होती. पण आईने कध्धी कध्धी आपल्याला तसे-

ती चिमणी या पिलांची खरी आई आहे. आपली आई तशी नाही. ती आपली खरीखुरी आई असती तर- वर्षातून दोनदा वाढदिवस करून

तिने आपल्याला लवकर लवकर मोठे केले नसते का ? तिला आपल्याला साडी द्यायची नाही, कॅरम द्यायचा नाही, फौन्टन द्यायचे नाही. काही काही द्यायचे नाही. म्हणूनच ती आपल्याला मोठे करीत नाही. ती शेजारच्या रमाकाकूंना सांगते, 'मला ही पोरटी मुळीच आवडत नाही. मला हवा होता मुलगा.' मग मी तिच्या पोटात असताना तिने मला मुलगा का केले नाही ? मी तिच्या पोटात नव्हते हेच खरे. आपल्याला कोंडा देऊन डोंबारणीकडून तिने विकत घेतले आहे. म्हणून आपण काळ्या झालो. ही आई आपली नाही. हे घर आपले नाही... काय करायचं शाळा सुटल्यावर असल्या घरी जाऊन ?

✦

घण् घण् घण् घण् ! शाळा सुटल्याची घंटा वाजली. सुमनने टुणकन् बाकावरून खाली उडी मारली. पिशवी घेऊन ती धावतच बाहेर आली. तिने आणेली उजव्या हातात घट्ट धरली होती. बाहेरच्या पायरीवर माळ्याचा तो काळा काळा बोका दबा धरून बसलेला तिने पाहिला. मोठा दुष्ट आहे मेला ! नेहमी पाखरांच्या मागे लागतो. अगदी

दादा आपल्या मागे लागतो तसा. एक दगड उचलावा आणि नेम धरून त्याला मारावा अशी इच्छा तिच्या मनात उत्पन्न झाली. दगड घ्यायला ती वाकली सुद्धा ! इतक्यात आपल्या हातात आणेली आहे, ती खाली पडेल याची तिला आठवण झाली.

तिने मान वर केली. पुढे पाहिले. शकी लगबगीने चालली होती. तिला तिने हां हां म्हणता गाठले. दोघीही घुमेपणाने गाल फुगवून चालू लागल्या. जवळ जवळच्या कौलारावर बसून एकमेकांकडे रागाने पाहणाऱ्या मांजरासारख्या त्या मधून मधून परस्परांकडे पाहात होत्या.

कोपरा आला. कालचा पेरूवाला तिथे होताच. त्याच्या पुढ्यातले ते हिरवे पिवळे पेरू पाहून सुमनच्या तोंडाला पाणी सुटले. तिने एक लठ्ठ पिवळाजर्द पेरू उचलला, त्याचा खूप जोराने वास घेतला, त्या बागवानाच्या हातावर आणेली टाकली आणि पुढे निघून गेलेल्या शकूला गाठण्याकरिता ती धावू लागली. शकूला गाठून तिला चांगले टुक्टुक् केले तेव्हा कुठे तिचे समाधान झाले. पेरू मोठा चांगला मिळाला. पिवळा गोड गोड वास येणारा. पण तो खायचा कुठे ? रस्त्यावरून मुले चालली होती. मागून बाई येण्याचा संभव होता. घरी दादा, अक्का, ताई- छे ! अशोकवनात सीतेभोवती राक्षसिणींचा पहारा होता. आपल्या भोवतीसुद्धा तस्सा... घरी, दारी, शाळेत...

आगगाडीची कर्कश शिट्टी ऐकू आली. एखाद्या मैत्रिणीने जोराने ओरडून हाक मारावी तसे सुमनला वाटले. तिचे पाय स्टेशनकडे वळले. हां हां म्हणता ती तिथे पोचली.

स्टेशन तिला नेहमीच आवडे. तिथली धावपळ आणि धांदल पाहिली की तिचे मन फुले. तिथल्या हमाली करणाऱ्या पोरांचा तिला हेवा वाटे. आताही तिच्या मनात आले- ही मुले किती सुखी असतात. त्यांना सारखी आगगाडी पहायला मिळते. उठल्या सुटल्या आईबापांचा मार खावा लागत नाही. इकडचे सामान तिकडे नेले की त्यांच्या हातात पैसे खुळखुळू लागतात. आपल्याला मात्र काही हवे झाले की, आईपाशी नाही तर बाबांच्या जवळ मागावे लागते. बाबा सदान्कदा रागावतात. 'पैसे झाडाला लागत नाहीत' असे काही तरी सारखे बोलतात. ते ऐकून आई कपाळाला आठ्या घालते. ती बाबांशी भांडू लागते. आणि मग-

गाडीची दुसरी शिट्टी झाली, स्टोव्हवर उकळणाऱ्या आधणासारखे

स्टेशनवरल्या धावपळीचे स्वरूप झाले. लाकडी फाटकापाशी सुमन उभी राहिली. तिने पेरूचा एक मोठा लचका तोडला. तो तोंडात कोंबीत ती गाडीकडे पाहू लागली. डब्याडब्यातून माणसे डोकावून पाहात होती. झाडावरल्या वानराची तिला आठवण झाली. लगेच तिच्या डोळ्यांपुढे जत्रेतले फिरते पाळणे उभे राहिले. एक एक डबा म्हणजे एक एक पाळणा आहे असे तिला वाटले. त्या पाळण्यासारखे हे गरगर फिरायला लागले तर-

तिच्या डोळ्यांपुढे आगगाडीचे डबे रहाट-गाडग्यासारखे फिरू लागले. त्यांतली माणसे धडपडत होती, बाहेर पडू नये म्हणून एकमेकांना धरत होती. एका म्हाताऱ्याने पडता पडता दुसऱ्याची लांब शेंडीच धरली ! एका पोरीने आईचा पदर पकडला. तो सुटला. आईने तिच्या मुस्कटात मारली. एका मोठ्या मुलाचे ऐटीने सदऱ्याच्या खिशाला लावून ठेवलेले फौंटनपेन तिथून उडाले आणि इंजिनातल्या लाल लाल कोळशात जाऊन पडले.

'ए सुमे, पेरू कुठला आणलास तो ?' हे शब्द तिने स्पष्ट ऐकले. पण ते आपल्या दादाच्या तोंडातून बाहेर पडत आहेत हे तिला क्षणभर खरेच वाटेना ! तिने डोळे फाडफाडून पाहिले. तो दादाच होता. त्याच्याबरोबर आणखीन पुष्कळ मुले होती. त्याचे कुणी तरी मास्तर बदली होऊन दुसऱ्या गावाला जायला निघाले होते, त्यांना निरोप द्यायला पोरांचे ते टोळके आले असावे !

अंधारात लुकलुकणाऱ्या मांजराच्या डोळ्यांप्रमाणे हे विचार तिच्या मनात चमकून गेले. लगेच तो अंधार अगदी गडद झाला. मांजराने डोळे मिटून घेतले.

ती एकदम पळत सुटली. तिने स्टेशनाकडे वळूनसुद्धा पाहिले नाही. 'ए पोरीऽ' म्हणून एक टांगेवाला कर्कश आवाजात ओरडला. तिचे अंग लटलट कापू लागले. दादा आपल्याला पकडण्याकरिता मागून धावत येत आहे असे तिला वाटले. तिने धूम ठोकली. धापा टाकीत ती राधाकृष्णाच्या देवळात आली. आता कुठे तिचा जीव भांड्यात पडला. तिथल्या कोपऱ्यात बसून तिने उरलेला पेरू भराभर खाल्ला, पण आता काही केल्या त्याचा तिला वास येईना. तो तिला गोड लागेना !

पेरू संपला. पण घरी जायची तिला भिती वाटू लागली. दादिटला आईपाशी चहाडी केल्याशिवाय राहायचा नाही. आणि मग-

ती गाभाऱ्याच्या दारात जाऊन उभी राहिली. कृष्णाची मूर्ती हसत होती. कृष्ण चोरून दही, दूध, लोणी खात असे, म्हणून यशोदेने एकदा त्याला उखळीला बांधूनसुद्धा ठेवले होते. ही गोष्ट त्याच्याकडे पाहता पाहता सुमनला आठवली. तिला एकदम धीर आला, ती ऐटीने घरी जायला निघाली.

घर दुरून दिसू लागले. तिचा धीर थेंबाथेंबाने गळू लागला. ती हळूहळू घरापाशी आली, पायरीवर चढली आणि तिथेच थांबली, गावात जाता-येताना तिने पुष्कळदा तुरुंग पाहिला होता. आपले घर त्याच्यासारखेच आहे असे तिला वाटले. दार उघण्याची इच्छा तिला होईना. ती दाराला कान लावून ऐकू लागली. कुणी तरी कुणाशी भांडत होते. बाबाच ओरडत होते ते. आणि ताई ? आईही रागारागाने काही तरी बोलत होती. बाबांचे शब्द तिला स्पष्ट ऐकू येऊ लागले- 'तूच सांग मला. मी मरमर मरतोय पण ही डॉक्टरांची बिलं - जाऊ दे ते - उद्याच पुन्हा फिरतीवर जातो. चांगला महिनाभर हिंडून येतो- म्हणजे--'

सुमन विचारात पडली. 'मी मरमर मरतो' असे बाबा आईला वरचेवर सांगतात ते खोटे का बोलतात ? पुष्कळ दिवस आजारी पडावे, खूपखूप औषधं घ्यावीत, तेव्हा कुठे माणूस मरतो ! बाबा तर एक दिवससुद्धा औषध घेत नाहीत. मग ते असे--

खाडकन दार उघडले. बाबा बाहेर आले. सुमन दचकली. लगेच तिला वाटले, त्यांनी एक गालगुच्चा घेऊन आपल्याशी काही तरी गोडगोड बोलावे ! पण 'काय पठाण, सुटली का शाळा ?' हे नेहमीचे शब्द सुद्धा त्यांनी तोंडातून बाहेर काढले नाहीत. ती मुकाट्याने चालू लागली. तिला असा राग आला त्यांचा !

घुश्श्यातच ती आत गेली. पाय न धुता खायला मागू लागली. आई मारायला उठली तेव्हा ती पाय धुवायला गेली. लगेच पाय न पुसता तिने आईपाशी चिवड्याचा हट्ट धरला. आईने मघाशी सगळ्यांसाठी पोहे केले होते. ती बशी सुमनने दूर सारली. मला चिवडाच हवा, म्हणून तिने हट्ट धरला. आपल्याला कही हवे असले म्हणजे दादा असेच करतो, मग आई तो मागतो ते त्याला देते, ते तिने पाहिले होते. आज

आपणही त्याच युक्तीने चिवडा मिळवायचा असा तिने निश्चय केला.

आई उठत नाही असे पाहून सुमन अधिकच चिडली. गाईचे दूध पिताना वासरू तिला ढुश्या देते, पण तिला त्याचा राग येत नाही, असे काही तरी आजच बाई वर्गात म्हणाल्या होत्या. ते आठवून सुमन आईच्या अंगाला झोंबू लागली. इतके करूनही आई दाद देत नाही असे पाहून तिने तिच्या उजव्या दंडावर डोके ठेवले आणि ते जोराने घासायला सुरुवात केली. विंचू चावल्यासारखी आई ओरडली. तिला दूर ढकलून देत ती किंचाळली, 'कारटे, डोळे फुटले वाटतं तुझे ? सकाळच्या इंजेक्शननं हात सारखा ठणकतोय ! आणि तू तिथंच... !

सुमनला तसे काही फार लागले नव्हते. पण आपण रडलो म्हणजे आई आपल्याला चिवडा देईल या कल्पनेने ती मुसमुसू लागली. इतक्यात दादा सिनेमाला जाण्यासाठी आईकडे पैसे मागायला आला. आई उठून कोठीच्या खोलीत गेली. तिथल्या फळीवरले पैसे काढून तिने त्यातले काही दादाला दिले. गुडघ्यात मान घालून मुसमुसत असतानाच सुमनने हे सारे पाहिले. ती अधिकच जोराने रडू लागली. आई हातातले पैसे मोजीत म्हणाली, 'एक आणा कुठं गेला बाई ?' दादा हसत म्हणाला, 'सुमीला विचार, ती मघाशी स्टेशनवर पेरू खात उभी होती.'

दादा आग लावून सिनेमाला गेला. आग हळूहळू भडकू लागली. आई पुन:पुन्हा खरे बोल म्हणून बजावीत होती. सुमन प्रत्येक वेळी आणेली घेतली नाही म्हणून ओक्साबोक्शी रडत सांगत होती. आईने तिला चार-पाच धपाटे घातले, रागारागाने गालांवर चपट्या लगावल्या. उजवा गाल काळानिळा झाला.

सुमन कळवळली, चडफडली. पण तिने दाती धरलेले सोडले नाही.

आई गोंधळात पडली, आता तिनं तिला प्रश्न विचारायला सुरुवात केली, 'शाळा सुटल्यावर कुठं गेली होतीस तू ?'

'स्टेशनवर'

'का ?'

'माझ्या एका मैत्रिणीचं घर आहे तिथं !'

'कशाला गेली होतीस तिच्याकडं ?'

'बारसं होतं.'

'बारसं ? तिच्या भावाचं ?'

'अं हं !'

'तिच्या बहिणीचं ?'

'अं हं !'

'मग कुणाचं ?'

'तिच्या बाहुलीच्या बाळाचं !'

आईच्या मुद्रेवरले हसू सुमनने निरखून पाहिले. तिची पाठ दुखत होती. तिला आपले गाल चोळावेसे वाटत होते. पण या लढाईत शेवटी आपला जय होणार या आनंदात ती ते सारे दु:ख विसरून गेली. ती आईला सांगू लागली, 'त्या बारशाचे पेरू दिले तिच्या आईने आम्हाला ! पेरू घेऊन मी घरी यायला निघाले. स्टेशनावर दादा दिसला. बाबा आत्ताच्या गाडीनं जाताहेत असं मला वाटलं म्हणून मी स्टेशनकडे गेले.'

हे सारे झटपट बनवून सांगता सांगता सुमनला विलक्षण आनंद होत होता. हुतुतूमध्ये तिला गतवर्षी बक्षीस मिळाले होते. त्या खेळांत साऱ्या मुलींना हुलकावण्या देताना तिला जे सुख झाले तेच आताही - पण ते सुख फार थोडावेळ टिकले, आईने दिलेले पोहे खाऊन हात धुवायला जाता जाता तिने आरशात पाहिले. उजवा गाल अजून काळानिळा दिसत होता. आईची पाचही बोटे त्याच्यावर उठली होती.

◆

प्रकाश आणि काळोख यांच्या खेळात काळोखाने डाव जिंकला होता. बाहेरच्या जगाप्रमाणे सुमनच्या मनावरही काळसर सावल्या भराभर पसरू लागल्या. अक्का आणि ताई कॅरम खेळत होत्या. तिथे जाऊन ती उभी राहिली. त्यांनी वर मान करून सुद्धा तिच्याकडे पाहिलं नाही. दादाचा कुणीतरी मित्र त्याची चौकशी करायला आला. तो सिनेमाला गेला आहे म्हणून आईने त्याला सांगितले. सुमनने ते ऐकले. तिचा हात आपल्या उजव्या गालाकडे गेला. दादा, अक्का, ताई सारे सारे आपले शत्रू आहेत असे तिला वाटले.

उद्या शनिवार, बाईंनी सांगितलेली गणितं करायला हवीत. माडीवर जाऊन तिने एक गणित उघडले. पण तिचे लक्ष त्या व्यवहारी अपूर्णांकात लागेना. पुस्तक फेकून देऊन ती उठली. समोरच बाबा आणि आई जवळजवळ बसली आहेत असा एक फोटो होता. दातओठ खात त्या

फोटोकडे तिने पाहिले. बुक्की मारून याची काच फोडावी असे तिच्या मनात आले, बाईंचा आणि आईवरली ती कविता लिहिणाऱ्या कवीचा तिला राग आला. त्या दोघांचे फोटोही इथे हवे होते, म्हणजे ते सुद्धा आपण फोडून टाकले असते असे तिला वाटले. बाईंनी वर्गात म्हणायला लावलेल्या या ओळी तिला आठवल्या. 'उष्ट्या तशा मुखाच्या । घेईल चुंबना ती ?' त्या ओळी अगदी खोट्या आहेत अशी तिची खात्री झाली. गाल चोळीत ती बाहेरच्या गच्चीत आली. कठड्यावर रेलून ती रस्त्यातल्या रहदारीकडे पाहू लागली. तिच्या एवढीच एक मुलगी किती सुंदर साडी नेसून चालली होती. मावशीच्या घरातल्या हिरव्या पोपटासारखी ! शाळेच्या बागेतल्या लुसलुशीत गवतासारखी ! ती मुलगी आईचे बोट धरून चालली होती.

सुमनचा हात न कळत गाल चाचपून पाहू लागला. तिच्या आईची पाचही बोटे तिथे होती. तिला गुदमरल्यासारखे होऊ लागले. आत खोल खोल कुणी तरी आपल्याला डागतंय, पापडाप्रमाणे आपल्या मनाला उलट-सुलट निखाऱ्यावर परतवितंय असा भास झाला.

तिने कठड्यावरून खाली वाकून पाहिले. आणखी थोडे - आणखी थोडे वाकावे आणि मागचे पाय हळूच वर उचलावेत अशी विलक्षण इच्छा तिच्या मनात निर्माण झाली. मग आपण धाडकन खाली पडू, आपले डोके फुटून रक्तबंबाळ होईल, लोक आरडाओरडा करीत धावून येतील, आपल्याला उचलून घरात नेतील; आणि असे झाले म्हणजे आई आपल्या अंगावरून हळूच हात फिरवील-

त्या स्पर्शाच्या कल्पनेने तिचे अंग पुलकित झाले. त्या विचित्र सुखस्वप्नात ती गुंग होऊन गेली. रस्त्याने येणारी माणसे तिला अंधुक दिसू लागली. एकदम तिच्या कानावर शब्द पडले, 'कारटे, किती वाकून बघतेहेस ? पडशील ना !' बाबाच ओरडत होते ते !

✦

'कारटे, किती वाकून बघतेहेस ?' या शब्दांनी घाबरून तिने डोळे उघडले- इतके तिकडे पाहिले. ती एकटीच आपल्या अंथरुणावर होती. आपण बघत होतो आणि ऐकत होतो ते सारे स्वप्न होते या जाणिवेने तिला आनंद झाला.

पण तो क्षणभर टिकला. दुसऱ्याच क्षणी तिचा हात उजव्या

गालाकडे गेला. तो सुजला होता. ठणकत होता. आईने निजताना त्याला वेखंडबिखंड लावले असेल या आशेने तिने त्याच्यावरून दोन-तीनदा हळूच हात फिरवून पाहिला. पण कसलीच खपली हाताला लागली नाही. अगदी इवली सुद्धा !

रात्री झोपताना तिला वाटले होते, आपल्याला मारले म्हणून आईला वाईट वाटेल. मग काम संपल्यावर ती आपल्यापाशी येऊन झोपेल. रात्री जाग आल्यावर आपण तिच्या कुशीत शिरू. घरट्यात पाखरे अंग चोरून जाते ना ? तसे तिथे आपले डोके लपवू आणि आईने 'माझी बाई ती !' म्हणून आपल्याला अधिकच जवळ ओढले म्हणजे हळूच विचारू, 'आई, तुझा हात कसा आहे ग ? इंजेक्शन देताना डॉक्टर हळू का ग सुई टोचीत नाहीत ? हात फार दुखतोय होय ? चल, गरम पाण्यानं शेकूया आपण म्हणजे...

सुमनने डोळे चोळचोळून पाहिले तिथे आई नव्हती, बाबा नव्हते, कुण्णी कुण्णी तिच्याजवळ नव्हते. पलीकडे बोका गुरगुरल्यासारखा आवाज येत होता. दादिटल्याचे घोरणे होते ते !

ती अंथरूणावर उठून बसली. दृष्टी विस्फारून तिने चोहीकडे पाहिले. दादाच्या पलीकडे ताई आणि अक्का खुशाल झोपल्या होत्या. सुमनचा गाल दुखत आहे याची कुठे काळजी होती ?

त्यांनाच काय, आईला सुद्धा ती नव्हती. ती असती तर..

ती विचार करू लागली. हिरवळीवर खेळता खेळता कचकन काचेचा बारीक तुकडा पायात जावा तशी तिच्या मनाची स्थिती झाली. ही आई आपली खरी आई नाही या कल्पनेपाशी ती थांबली. आई गोरी आहे. बाबाही काही काळे नाहीत. दादा अक्का, ताई ही सारी गोरी ! आपण तेवढ्या काळ्या. तेव्हा आपली खरी आई आणि खरे वडील दुसरेच असले पाहिजेत ! म्हणूनच ही दोघे आपल्यावर माया करीत नाहीत. हे घर दादाचे आहे, अक्काचे आहे, ताईचे आहे, आपले नाही. मग कशाला राहायचे या घरात ?

विचारांच्या या घसरगुंडीवर तिचे मन किती तरी वेळ खेळत होते. तिला ध्रुवाची गोष्ट आठवली. तो सिनेमाही तिने पाहिला होता. आपण त्या ध्रुवासारखेच करायचे, दूर दूर निघून जायचे असा निश्चय करून ती उठली आणि दरवाज्याकडे जाऊ लागली. इतक्यात घराच्या पुढल्या

बाजूने गस्तवाल्याचा आवाज ऐकू आला- 'घरवाले, हुश्शारऽऽ !' ती जागच्या जागी थबकली तिची छाती धडधडू लागली. ध्रुव घरातून बाहेर पडला तेव्हा तो गस्तवाल्याला असा घाबरला होता की नाही हे तिला कळेना ! गोष्टीत तर तसे काही लिहिले नव्हते आणि त्या सिनेमातही-

'घरवाले, हुश्शार ऽऽऽ' घराच्या मागच्या बाजूने मघाचाच आवाज आला. तो गस्तवाला आहे. भूतबीत नाही अशी सुमन आपल्या मनाची समजूत घालीत होती. पण तिच्या छातीतली धडधड कमी होईना ! उलट आता तिचे पाय लटलट कापू लागले. अस्से धावत जाऊन आईच्या कुशीत लपावे असे तिला वाटले. ती पलीकडच्या खोलीत भीतभीत गेली. तिने आईचे अंथरूण पाहिले. ते रिकामेच होते. आई कुठे गेली हे तिला कळेना ! लगेच तिची दृष्टी बाबांच्या अंथरुणाकडे गेली. तिची भीती कुठल्या कुठे पळून गेली. आता भीतीची जागा रागाने घेतली. ती चडफडत मनात म्हणत होती- बाबा काही लहान नाहीत, आईने काही त्यांना मारलेले नाही, त्यांचा गाल काही सुजलेला नाही. मग आपल्याला सोडून आई त्यांच्यापाशी कशाला गेली ?

खोलीत ऊन पाण्याच्या पिशवीजवळ घड्याळ टिक् टिक बसले होते. ते काटे हळूहळू मोठे झाले. घराचा दरवाजा कुणीतरी जोरात ठोठावीत आहे असे सुमनला वाटले. लगेच तिच्या मनात आले, छे ! कुणी तरी लोहार आपली भट्टी पेटवून लोखंड ठोकीत बसला आहे ! झोपलेल्या आईकडे तिरस्काराने पाहात ती आपल्या खोलीकडे वळली.

खोलीत अंधुक अंधुक दिसत होते. बाहेर मात्र काळोख होता. दबकत दबकत ती खिडकीपाशी गेली. दोन वर्षांपूर्वी मुंबईला जाताना पाहिलेल्या बोगद्याची तिला आठवण झाली. त्यातही असाच काळोख दाटला होता. तिने पुन्हा पाहिले. या बोगद्यात देवाने लावलेले दिवे मिणमिणत होते.

ती विचार करू लागली, ध्रुव बहुधा राजवाड्यातून रात्री बाहेर पडला नसावा ! खिडकीपाशी काही तरी फडफडत होते. ती धडपडत आपल्या अंथरुणाकडे आली. तोंडावरून पांघरूण घेऊन ती फडफडणे ऐकू लागली. छे ! ते घुबड नव्हते. वाघुळ नव्हते ! फुलपाखरू होते ते !

आता तिचा गाल दुखत नव्हता. त्याला कुणी तरी वेखंड लावले असावे. ती सिनेमा पाहायला गेली. एकटी अगदी एकटी. दादा,

अक्का, ताई यांना टुक्‌टुक्‌ करीत !

किती गमतीदार होता तो सिनेमा ! त्यात अक्काला माळी. दादाच्या बोक्यासारख्या मिशा फुटल्या होत्या, सुमन त्या कात्रीने कापत होती. त्यात दादा एका सशाचा गळा दाबून प्राण घेत होता- एक शूर काळी मुलगी त्याच्यावर गोळी झाडीत होती. त्यात अक्काच्या कॅरमबोर्डचा पतंग होऊन तो एका उंच झाडाच्या फांद्यात अडकून पडला होता. एक खार त्या झाडावर चढून त्या पतंगाशी खेळत होती. इतक्यात खालून तिची आई ओरडली, 'कार्टे ! आठ वर्षाची घोडी झालीस पण-'

✦

त्या सिनेमात काळेबाई आल्या. शाळा - सकाळची शाळा - सुमनने धडपडून डोळे उघडून पाहिले. उन्हे खिडकीतून वेडावून म्हणत होती, 'वेडी रे वेडी ! अजून निजली आहे !'

ती धावत खाली आली. बाबा गडबडीने आंघोळ करीत होते. न्हाणीघरातूनच ते ओरडले, 'अग, माझ्या ट्रंकेत ती औषधाची बाटली टाक हं, नाही तर विसरशील. ऐकलंस का ?'

सुमन कशाबशा चार चुळा भरून आत गेली. बाबा अंग पुसत पुसतच बाहेर आले. आईने त्यांच्यापुढे चहाचा पेला आणि तीन बिस्किटे ठेवली. तिनं सुमनला कॉफी आणि एक बिस्किट दिले, आंघोळीला चाललेल्या ताईने हळूच सुमनला चार बोटे दाखविली. आईने बाकीच्यांना चार चार बिस्किटे दिली. अशी सुमनची खात्री झाली. तिचा गाल एकदम ठणकू लागला. तिने पुढ्यातला पेला दूर लोटला आणि मला चार बिस्किटे हवीत म्हणून भोकाड पसरले.

आईने बिस्किटांचा डबा तिला दाखविला. त्यात एक सुद्धा बिस्किट शिल्लक नव्हते. दादिटला, आक्किटली आणि ताईटली यांनीच सारा डबा फस्त केला म्हणून सुमनने हातपाय आपटायला सुरुवात केली. आई रागारागाने तिची समजूत घालू लागली. ती काय म्हणत आहे ते सुमनला नीट ऐकू येत नव्हते. तो कॉफीचा पेला लाथाडून द्यावा, बशी कोपऱ्यात फेकून तिचे तुकडे करावेत. या इच्छेखेरीज तिच्या मनात आता दुसऱ्या कशालाही जागा उरली नव्हती.

बाबांनी आपली बिस्किटांची बशी तिच्यापुढे आपटली. 'मुलखाची खाष्ट आहे कारटी. आठ वर्षांची घोडी झाली पण-' आई पुटपुटली,

बाबा नुसता चहा पिऊन घाईघाईन निघून गेले. दादा आरशापुढे उभा राहून केसांचा भांग पाडीत होता. अक्का तोंडाला पावडर लावीत होती. ताई हातात साडी घेऊन उभी होती. त्यांना आई म्हणाली, 'ऐकलंत का रे ? ही मोठी वाईट पोरटी झालीय. हिच्याशी कुण्णी कुण्णी बोलायचं नाही हं !'

ती तिघे खो खो करून हसली. सुमनच्या काळजात तीन सुयांची टोकं अगदी आत आत घुसली. आई उठून गेल्यावर ती कुर्च्याने म्हणाली, 'एक मोठी जम्मत ठाऊक आहे मला. कुण्णा कुण्णाला सांगणार नाही मी ती. भांडी घासायला भागू आली की-'

थोड्या वेळाने भागू आली. इकडे तिकडे कुणी नाही असे पाहून सुमन तिच्याजवळ गेली. ती हळूहळू तिला काही सांगत होती. भागू खुसूखुसू हसू लागली. मधूनच 'खरं ?' म्हणून ती विचारी. सुमन 'अगदी खरं, देवाशपथ !' म्हणून तिला सांगे. आता भागूला काही केल्या हसू आवरेना. तिचे ते खिदळणे पाहून आईला आश्चर्य वाटले. खोदखोदून तिला विचारू लागली. काय झाले ते भागू सांगेना, पण ती हसायचेही सोडीना. आई खूप रागावली तेव्हा भागू म्हणाली, 'सुमाबाईंना इचारा तुम्ही वैनी.' आता आईची चांगली फजिती होईल असे वाटून सुमन ताठ मान करून म्हणाली, 'रात्री बाबांच्या अंथरूणावर निजली नव्हतीस तू ?'

आई संतापली. तिने सुमनला फराफरा ओढीत घरात नेले. भागू 'पुरे वैनी, पुरे वैनी. म्हणून बसल्या जागेवरून ओरडत होती, पण आई बेभान झाली होती. गालांवर, पाठीवर जिथे मिळेल तिथे तिने सुमनला मारले. दरवाज्याकडे तिला ओढून नेत ती उद्गारली, मुलखावरून ओवाळून टाकली आहे कारटी ! चल जा चलती हो घरातनं.' आईने सुमनला बाहेर ढकलेले आणि धाडकन दार लावून घेतले.

✦

सुमनने त्या बंद दरवाज्याकडे अश्रुपूर्ण डोळ्यांनी पाहिले. दार उघडून आत जावे, 'आई चुकले मी' असे म्हणावे आणि आईच्या गळ्याला मिठी मारून खूप खूप रडावे अशी इच्छा तिच्या अंतर्मनात कुठे गुणगुणू लागली. पण ही क्षणभरच. दुसऱ्याच क्षणी तिने आपल्या डोळ्यांत उभे राहिलेले पाणी पुसले. लगेच तिथे निखारे फुलू लागले.

त्यातून उडणाऱ्या ठिणग्या म्हणत होत्या. 'नाही, या दुष्ट आईचं तोंड पुन्हा पाहायचं नाही.'

सुमनने त्या बंद दरवाज्याकडे पाहिले. तुरुंग ! या तुरुंगातून आपण सुटलो. बाहेर पडलो. किती आनंदाची गोष्ट !

ती झपझप चालू लागली. तिच्या मनाने आपले पंख पसरले. आता हवे तिथे जावे, हवे ते करावे ! कुणी आपल्याला बोलणार नाही. कुणी मारणार नाही. एखाद्या कोकराप्रमाणे बागडत ती निघाली. पुढच्या गल्लीच्या कोपऱ्यावर एक सिनेमाचे थिएटर होते, तिथे कुठला तरी नवा चित्रपट होता. जाणारे-येणारे लोक थिएटरच्या भिंतीवर लावलेल्या जंगी चित्राकडे पाहात होते. सुमन तिथं थांबली. त्या चित्रातली बाई मोठी सुंदर होती. ती आपल्या चार-पाच वर्षांच्या मुलीला पोटाशी धरून तिचा मुका घेत होती. आपली आई अशी सुंदर नाही म्हणून तिची आपल्यावर माया नाही असे काही तरी सुमनच्या मनात आले. लगेच त्या दुष्ट नष्ट आईची आता आठवण सुद्धा करायची नाही असे मनाला बजावीत ती कोपऱ्यावरून पुढे वळली.

तिथे एक मोठे उडपी हॉटेल होते. त्या दुकानात खूप लोक जात-येत होते. ग्रोमोफोन गात होता, 'ओ दूर जानेवाले ऽऽऽ वादा न भूल जाना' सुमनचे हे आवडते गाणे होते. दोन महिन्यांपूर्वी या रेकार्डचा हट्ट तिने बाबांच्यापाशी धरला होता आणि नेहमीप्रमाणे त्यांनी उत्तर दिले होते, 'पैसे काही झाडाला लागत नाहीत.'

गाण्याच्या गोड सुरावर तिचे मन तरंगू लागले. पण ते पाच-दहा क्षणच. लगेच तिला वाटले, ग्रामोफोनची किल्ली संपली आहे.

किल्ली संपली नव्हती. तिचे नाक दुकानातून दरवळत येणारा कॉफीचा वास घेत होते. त्या वासाभोवती तिचे मन घुटमळू लागले.

आपण आज कॉफीसुद्धा प्यायलो नाही हे तिला आता आठवले. दुकानात जायची इच्छा तिच्या मनात प्रबळ झाली. कालची आणेली पेरू घेण्यात खर्च केली नसती तर बरे झाले असते असे तिला वाटले.

कॉफी नाही तर नाही, आपण पाणी पिऊन राहू, असा मनाशी निश्चय करून ती नदीकडे जायला निघाली. नदी चांगली मैल दीड मैल लांब होती. सुमन घाटावर आली तेव्हा तिला गळून गेल्यासारखे वाटले. पाणी न पिताच ती एका पायरीवर बसली. आता मनाबरोबर

तिचे अंगही ठणकू लागले. नदीच्या पाण्यात उभ्या राहून बायका धुणं धूत होत्या. धुण्याचे फाट् फाट् आवाज एकसारखे ऐकू येऊ लागले. त्यांचे ते कपडे बडवणे सुमनला पाहवेना. ते पाहता पाहता आईने आपल्याला असेच मारले ही कल्पनाच तिच्या मनात थैमान घालू लागली. तिने डोळे मिटून घेतले. फाट्- फाट् आवाज वाढू लागले. कुठे तरी सुरुंग लावले होते, हवेत दगड उडत होते, खोल खोल खड्डा तयार होत होता.

सुमन ताडकन् उठली. झरझर पायऱ्या उतरून खाली गेली. नदीचे पाणी झुळूझुळू वाहात होते. ते पिण्याकरिता ती वाकली. तिने ते ओंजळीत घेतले. पण तिला तोंडात घालवेना. तिच्या डोळ्यापुढे पाण्यात बुडून मेलेल्या सुमनचे प्रेत दिसत होते. त्या प्रेताला मिठी मारून ती दुष्ट आई रडत होती आणि सुमन आनंदाने टाळ्या पिटीत ओरडत होती, 'रड- अशीच रड !' पण पण प्रेताला आनंदाने टाळ्या पिटता येतात का ?

'ए पोरी' कुणी तरी खसकन सुमनचा दंड धरून तिला मागे ओढीत खेकसले. ती एक दातपडकी म्हातारी बाई होती. 'फुडं कुटं चाललीस ? बुडशील बया ! काय आई-बाप हायत की न्हाईत तुला ?'

त्या म्हातारीच्या गळ्याला मिठी मारून मनमुराद रडावे, आपले सारे दुःख तिला सांगावे, असे सुमनच्या मनात आले. पण त्या बाईला तिच्याकडे पाहायला फुरसत होती कुठे ? ती घाईघाईने पाण्यात कपडे खळबळू लागली.

सुमनने घटाघटा पाणी प्यायला सुरुवात केली. खूप खूप पाणी प्यायचे, अगदी पोट फुटेपर्यंत पाणी प्यायचे.

पाणी पिऊन ती पायऱ्या चढू लागली. बाजारला आलेली खेड्यावरली माणसे घाटाच्या एका बाजूला भाकरी खात बसली होती. एक लुकडे कुत्रे जीभ बाहेर काढून त्यांच्याकडे आशाळभूतपणाने पाहात मधूनमधून हळूच पुढे होत होते. कुणीतरी भाकरीचा एक तुकडा त्याच्याकडे फेकला. कुत्र्याने त्याच्यावर चपळाईने झडप घातली. हा कुत्रा हुतुतू खेळत असता तर त्याला खास बक्षीस मिळाले असते. पण पावले तिथेच घुटमळत होती. फडक्यात सोडून ठेवलेल्या त्या काळ्या करपट भाकरीवर तिचे डोळे खिळले होते. आरशासारख्या लखलखीत ताटात

आईने वाढलेल्या ऊन ऊन भाताची, त्याच्यावरल्या त्या पिवळ्या जर्द वरणाची, त्या वरणावर घातलेल्या साजुक तुपाची तिला आठवण झाली. त्या लोणकढ्या तुपाचा तो गोड वास तिच्या नाकाला-

तो गोड वास काय ध्रुवाच्या राजवाड्यात नसेल ? त्याच्याकडे पाठ फिरवून ध्रुव अरण्यात गेला ना ? बस्स आपणही तसेच करायचे. आपल्या तपश्चर्येलाही देव पावेल. या वरच्या देवळात जाऊन नारायण, नारायण म्हणत बसायचे. अगदी विष्णू प्रगट होऊन आपल्याला वर देईपर्यंत.

ती भराभर पायऱ्या चढून देवळात गेली. तिथे चिटपाखरूसुद्धा नव्हते. ते ओके ओके देऊळ पाहून तिला बरे वाटले. जाणाऱ्या येणाऱ्यांचा त्रास होऊ नये म्हणून एक अगदी बाजूचा कोपरा तिने गाठला. तिथे बराच काळोख होता. त्या कोपऱ्यात ती बसली आणि डोळे मिटून 'नारायण, नारायण' म्हणण्याचा प्रयत्न करू लागली, पण तिचे मन राहून राहून भुर्रकन उडत घरी जाऊ लागले. बाबा गावाला गेले असतील का ? त्यांचे औषध ट्रंकेत ठेवायला आई विसरली नाही ना ? दादाची शाळा दुपारची आहे. आता तो काय करीत असेल बरे ? अक्का आणि ताई शाळेत गेल्या असतील तिथे त्यांना आपली आठवण होत असेल का ? आणि आई आता काय करीत असेल ? आई-आपली आई...

तिचे धुमसणारे मन म्हणत होते, 'ती आपली आई नाही ! पण तिचे ठणकणारे पेंगुळलेले शरीर निद्रेच्या आधीन होण्याकरता कुशीवर वळले तेव्हा तिच्या तोंडातून अगदी अस्फुट आर्त असा एकच उद्गार बाहेर पडला, 'आई !'

◆

'आई, आई-'

आपण मोठ्याने आईला हाक मारीत आहोत असे सुमनला वाटले. तिला आपल्या निलाजऱ्या मनाचा राग आला. तिने रागारागाने डोळे उघडून पाहिले. एक लहान मुलगी आपल्या आईला हाका मारीत होती. उंच होऊन घंटा वाजवायची होती तिला. आपण कुठं आहोत ते आता सुमनच्या लक्षात आले. ती झटकन उठली आणि देवळाबाहेर आली. सूर्य अगदी डोक्यावर आला होता. ऊन रखरखत होते. तापाने मलूल

होऊन पडलेल्या माणसासारखे सारे जग दिसत होते.

अशा उन्हात बाहेर जायचे ?

कुठे ?

घरी ?

अं हं. मग ?

सुमन मागे फिरू इच्छीत होती. पण आता पोटात कसेसेच होत होते.

अंगाचे ठणकणे, मनाचे जळणे, सारे सारे ती विसरली. तिला काही तरी खायला हवे होते, बिस्किट ? चिवडा ? अं ऽ हं, काहीही-

पण ते कुठे मिळणार ? आणि कोण देणार ? घरी जायचे ? त्या तुरुंगात ? मान खाली घालून ? आईला शरण जायचे ?

छे ! मग कुठल्या तरी मैत्रिणीकडे ? त्या शकीच्या घरी गेले तर...

पण त्या शकीला कालच पेरू दाखवून आपण टुक्टुक् केले आहे. मग कुठं जायचे ? हं ! आपल्या शाळेच्या आवारातच माळीदादा राहतो, मागे त्याच्या आजारी असलेल्या मुलीला आईने आपले जुने फ्रॉक दिले होते, आपण दिसलो की तो किती हसून हाक मारतो, 'सुमाबाई सुमाबाई' म्हणतो. तो आपल्याला कारटी, मस्तवाल पोरटी, आठ वर्षाची घोडी, तसले काही वेडेवाकडे बोलत नाही कध्धी कध्धी ! त्याच्याकडे जावे. तो देईल थोडी भाकरी खायला. ती खाऊन स्टेशनावर जावे आणि मग आगगाडीत बसून कुठे तरी लांब लांब-

आपण शाळेपाशी केव्हा आलो ते सुमनला कळलेही नाही. ती फाटकातून हळूच आत शिरली. आत गेल्याबरोबर माळ्याच्या झोपडीकडे धावत जायचे आणि 'माळीदादा, माळीदादा' म्हणून मोठ्याने हाका मारायच्या असे तिने मनाशी ठरविले होते. पण आता तिचे पाऊल जागच्या जागी थबकले. तिच्यापुढे दोन मोठे प्रश्न उभे राहिले. माळ्याला काय सांगायचे ? त्याच्याकडे भाकरी कशी मागायची ?

काय करावे ते तिला कळेना. तिने सहज आपल्या वर्गाकडे दृष्टी वळवली. तिथे खिडकीबाहेर माळ्याचा तो बोका मिशा साफसूफ करीत होता. त्याचा असा राग आला सुमनला. तिने एक लहानसा दगड उचलला आणि नेम धरून मारला. पण तो बोक्यापर्यंत पोचलाच नाही. मिशा साफ झाल्यावर मान वर करून तो खिडकीतून आत काय बघत

होता कुणाला ठाऊक !

सुमन चोरपावलांनी त्या बोक्यापाशी गेली. तिने छुत् करताच तो किती दचकला आणि कसा टुणकन उडी मारून पळाला. त्याच्या त्या पळेपुटेपणाचे तिला हसू आले.

पण ते हसू ओठांवरून बाहेर पडण्याच्या आधी तिथल्या तिथेच मावळले. तिचे लक्ष खोलीतल्या कोपऱ्याकडे गेले. अरुंद फट-चिमणीच्या घरट्याची ती जागा-तिथे ती पिलांची आई एकसारखी फडफड करीत होती. ती चिमणी घरट्यात आपल्या पिलांकडे का जात नाही हे सुमनला कळेना.

तिची नजर जमिनीकडे वळली. तिथे-

तिथे किती किती गोष्टी अस्ताव्यस्त पडल्या होत्या. नाना तऱ्हांच्या काड्या, छोट्या छोट्या काटक्या, वाळलेले गवत, सुताचे इवले इवले तुकडे, नाजुक नाजुक कापूस, त्या पांढऱ्या कापसात मिसळलेल्या विटांचा काथ्या...

'ए पोरी !' कुणी तरी ओरडले, सुमनने दचकून वळून पाहिले. लगेच तिच्या कानावर माळ्याचे शब्द आले, 'आँ ? सुमाबाई ?

सुमन धावत धावतच त्याच्याकडे गेली. त्याला ओढीत खिडकीकडे आणीत म्हणाली, 'माळीदादा, ही चिमणी का रे असं करते ?'

'तिची पिल्लं गेली बया !'

'गेली ?'

'व्हय.'

'उडून गेली ?'

'हं !' चिमणीच्या जीवाची चाललेली घालमेल पाहून माळी नकळत उद्‌गारला,

चिमण्या उडत होत्या, त्या मुंबईला जातात की काय या गोष्टीविषयी सुमनच्या मनात कुतूहल निर्माण झाले.

माळी चुकचुकत म्हणाला, 'चिमणी गेली असेल पिल्लांच्या पोटासाठीं काहीबाही पैदा करायला आणि इकडे बोकोबांना...'

सुमनच्या डोळ्यांत भय आणि दुःख यांचे विलक्षण मिश्रण दिसू लागले. ती पिले आपणहून खाली पडली, वर्गातल्या पोरांनी ती बाहेर काढली, की बोकाच युक्तीने तिथे चढला हे सुमनला काही केल्या

कळेना. पण चिमणीची ती विचित्र फडफड पाहून तिचे कुतूहल कुठल्याकुठे नाहीसे झाले. ती चिमणी त्या फटीपर्यंत वर जाई, तोंडाने कसला तरी करूण आवाज करी, मग पुन्हा वाघुळासारखी या भिंतीपासून त्या भिंतीपर्यंत फडफड करीत फिरे. मग पुन्हा काही तरी आठवण झाल्यासारखी करून एकदम परत वर घरट्यापर्यंत जाई.

हे सारे पाहून सुमनच्या मनात कालवाकालव सुरू झाली. दाटून आलेल्या स्वराने ती म्हणाली, 'माळीदादा, आपली पिल्लं मेली हे या चिमणीला कळत नाही होय ?'

'कळतंय बया ! पण...'

सुमन निश्चल नजरेने माळ्याकडे पाहात होती, तो उद्‌गारला, 'आई हाय ती, आईबाबांची माया वेडी असते बाई !'

माळी डोळ्यांत उभे राहिलेले पाणी पुसू लागला. तो एकदम दचकला आणि म्हणाला, 'तुला सांगायला इसरलोय की बाई ! आज कुठे व्हतीस तू ? तुला शोधायला तुझा भाऊ येऊन गेला. तुझ्या बहिणी येऊन गेल्या. मघाशी या घरट्यात आणखी पिल्लंबिल्लं आहे की काय हे बगत व्हतो मी तवा आईसाबबी येऊन गेल्या.'

'आई.. माझी आई- इथं आली होती ? मला शोधायला ?'

माळ्याने मान हालवली. सुमन एकदम स्फुंदून स्फुंदून रडू लागली.

✦

माळ्याचे बोट धरून घराकडे येता येता तिने दुरून पाहिले. आई पायरीवर दाराला टेकून उभी होती. ती भिरीभिरी इकडेतिकडे पाहात होती. समोर, उजव्या बाजूला, डाव्या बाजूला. सुमनला नुकत्याच पाहिलेल्या त्या चिमणीची आठवण झाली. माळ्याच्या हातातून तिने आपले बोट चटकन सोडवून घेतले आणि घराकडे धूम ठोकली. ती दृष्टीला पडताच आईने हात पसरून केवढ्या मोठ्याने 'सुम्या' म्हणून हाक मारली. किती गोड गोड हाक होती ती ! जणू काही कुठे तरी दूर खूप खूप गाई आपल्या वासरांसाठी हंबरत होत्या. हंबरताना त्यांच्या गळ्यांतल्या घंटांचा किणकिणाट होत होता.

आईच्या लुगड्याला डोळे पुशीत सुमन आत आली. तिने माजघरात पाहिले. सकाळचा तो कॉफीचा पेला नि ती बिस्किटे अजून तिथेच पडली होती. पलीकडेच अक्काच्या कॅरम बोर्डावर ताईची साडी ठेवली

होती, त्या साडीवर दादाचे फौंटनही दिसत होते. या तीन वस्तू एका ठिकाणी कशा आल्या ते काही केल्या सुमनला कळेना. ती त्यांच्याकडे पाहातच राहिली. आई तिच्या पाठीवरून हात फिरवीत म्हणाली, 'तिघेही तुला शोधायला गेली आहेत. तुझ्यासाठी हे सारं आणून ठेवलंय त्यांनी इथं!'

सुमनने स्वयंपाकघरात डोकावून पाहिले. तीनच उष्टी ताटे दिसत होती. म्हणजे आई अजून-

तिने सद्‌गदित स्वराने विचारले, 'आई, तू जेवली नाहीस?'

आई नुसती हसली. लगेच ती म्हणाली, 'ते अजून उपाशीच असतील ग! बेळगावला गाडी दीड वाजता जाते. पोट दुखत होतं म्हणून रात्रीही ते जेवले नाहीत. किती वेळ मी शेकत बसले होते त्यांचे पोट काल.'

सुमनची दृष्टी माजघरातल्या तीन बिस्किटांकडे गेली. आपल्या हट्टामुळे बाबांना नुसता चहा घेऊनच जावे लागले. रात्री त्यांनी काही खाल्ले नव्हते. त्यांची गाडी बेळगावला दीड वाजता पोचणार तोपर्यंत ते उपाशी राहणार. या साऱ्या विचारांनी तिचे मन गुदमरून गेले. जणु काही ती एकामागून एक गटांगळ्या खाऊन खोल पाण्यात बुडत होती.

'तुला थोडी उनउनीत कॉफी देते हं!' आईचे शब्द तिला ऐकू आले. पण त्यांचा अर्थबोध तिला झाला नाही. धावतच ती वर गेली. बाबांच्या नि आईच्या फोटोपुढे उभे राहून तिने हात जोडण्याचा प्रयत्न केला. पण तिचे हात थरथर कापू लागले. तिला तेथे उभे राहवेना. ती वेड्यासारखी माडीवर इकडेतिकडे फिरू लागली. त्या तिन्ही खोल्या जणू काही ती प्रथमच पाहात होती. प्रत्येक खोलीतल्या प्रत्येक वस्तूत तिला आईबाबांची आपल्यावरली माया दिसू लागली. हा पाळणा- लहानपणी एकदा खूप ताप आला होता आपल्याला. तेव्हा रात्रभर बाबा आपल्याला हालवीत होते. ती कोपऱ्यातली सायकल तिच्यावर बसवून बाबा आपल्याला बागेत घेऊन जायचे. आपण रांगत होतो तेव्हाचा हा आपला फोटो- आईच्या मांडीवर कित्ती ऐटीत आपण बसलो आहो!

डोक्यात आठवणींची गर्दी होऊ लागली. खाऊ, खेळणी, खुर्च्या,

गाद्या, पुस्तके, कपडे, औषधे, साऱ्या वस्तू बोलक्या झाल्या. एकमेकांच्या हातात हात घालून त्या सुमनच्या डोळ्यापुढून नाचत गात जाऊ लागल्या. सिनेमातल्यासारखी भराभर त्यांची रूपे बदलू लागली. खुर्च्यांच्या काटक्या झाल्या, खेळण्यांच्या काड्या बनल्या, गाद्यांतील कापूस वर येऊन उडू लागला आणि कपाटातले सुंदर कपडे ? छे ! ते सुताचे तुकडे होते !

सुमनच्या भोवती घर होते कुठे ? ती एका चिमणीच्या घरट्यात होती. त्या घरट्याभोवती आई पुनःपुन्हा फिरत होती. तडफडत, फडफडत होती ?

सुमन धावतच मघाच्या फोटोकडे गेली. तिचे चिमुकले शरीर थरथर कापत होते. त्या फोटोपुढे हात जोडून ती उभी राहिली आणि म्हणाली, 'नाही, बाबा, मी कध्धी कध्धी हा फोटो फोडणार नाही.'

'ए वेडे, काय बडबडतेस हे ?' आईचा आवाज तिने ऐकला. ती कॉफीचा पेला घेऊन वर आली होती. तिने पेला खिडकीतच ठेवला आणि सुमनला जवळ ओढून घेऊन ती म्हणाली, 'सुमन, वेडी कुठली ! हा फोटो कुठं फुटलाय ?'

तिच्या कुशीत तोंड लपवून सुमन म्हणाली, 'मी वेडी नाही, वाईट आहे. अगदी खूप खूप वाईट आहे.'

लगेच आवंढा गिळून ती आईपासून दूर झाली आणि शांतपणाने म्हणाली, 'आई मला मार. खूप खूप मार.'

पोरीला वेडबीड तर लागले नाही ना असे वाटून किंचित सभय दृष्टीने आई तिच्याकडे पाहू लागली.

'मार तू आई मला. अगदी कालच्यासारखं, सकाळच्यासारखं मार. काल फळीवरनं मी आणेली चोरली होती.'

सुमनने पुन्हा आईच्या कुशीत तोंड खुपसले. आईने तिच्या पाठीवरून हात फिरवला, तिची मान वर केली आणि तिच्या अश्रुपूर्ण चेहऱ्याचा मोठ्या मायेने मुका घेतला.

सुमनचे सारे दुःख कुठल्याकुठे पळाले. आता तिचा गाल ठणकत नव्हता, अंग दुखत नव्हते, तिला भूक लागली नव्हती ! ती काळी चिचुंद्री नव्हती. पांढरा शुभ्र ससा झाली होती ती आता !

आईने पुन्हा तिच्या ओठांवर आपले ओठ ठेवले. पिलांच्या चोचीत

चोच घालणारी ती चिमणी सुमनच्या डोळ्यांपुढे उभी राहिली. ती एकदम आईला घट्ट मिठी मारून म्हणाली, 'आता मी तुझ्यावर कध्धी रागावणार नाही. तू कितीही मारलेस तरी घरातून जाणार नाही.'

◆ ◆

पराभव

एका पराक्रमी राजाने शत्रूचे राज्य जिंकले. त्या राज्याच्या राजधानीत प्रवेश करण्याकरिता मोठ्या थाटाने आणि विजयी मुद्रेने तो आला. नगरद्वारापाशी त्याला एक पुतळा दिसला. तो पाहताच राजा चकित झाला. अशी अप्रतिम कला त्याने पूर्वी कुठेच पाहिली नव्हती. राजा पुतळ्याकडे पाहात उभा राहिला. मिरवणूक तिथल्या तिथे थांबली.

तो पुतळा हे पराक्रमाचे मूर्तिमंत प्रतीक होते. आकाशाकडे त्याची ती तीव्र, एकाग्र दृष्टी- स्वर्गातून अमृत आणणाऱ्या गरुडाची नजर होती ती ! पायांना विळखा घालणाऱ्या नागांचा तो पुतळा दोन्ही हातांनी चोळामोळा करीत होता. गरुडाला शोभेल अशीच ती कृती होती !

ती कलाकृती पाहून मुग्ध झालेल्या राजाने विचारले, 'कुणी केला आहे हा पुतळा ?'

सभोवतालच्या गर्दीतून कुणी तरी पुढे येईल आणि त्या पुतळ्याचा निर्माता म्हणून आपल्याला अभिवादन करील अशी त्याची कल्पना होती. पण कुणीच पुढे आले नाही.

राजाने रुष्ट स्वराने विचारले, 'हा पुतळा कुणाचा आहे ?'

भीत भीत भोवतालच्या गर्दीतून कुणी तरी म्हणाले, 'महाप्रतापी महाराजांनी ज्याचा पराजय केला त्या पळपुट्या राजाचा.

राजा विजयी मुद्रेने पुन्हा त्या पुतळ्याकडे पाहू लागला. आता त्याला तो मघाइतका कलापूर्ण वाटेना !

त्याने प्रश्न कला, 'हा पुतळा करणारा शिल्पकार नगरातच आहे ?'

गर्दीतून कुणी तरी म्हणाले, 'हो.'

'मग तो आमच्या स्वागताकरिता इथं कसा आला नाही ? जा. त्याला आत्ताच्या आत्ता घेऊन या. तो आल्याशिवाय माझा नगरप्रवेश होणार नाही.'

तत्काळ सैनिकांनी त्या शिल्पकाराला बंदिवान करून आणले.

राजा त्याच्याकडे निरखून पाहात म्हणाला, 'हा पुतळा तुम्ही केला ?'

'हो !'

'कसा ?'

'कसा ? ते मी काय सांगू ? वेलींवर कळी कशी येते आणि तिचं फूल कसं होतं हे महाराज सांगू शकतील काय ?'

राजा कुंठित झाला. तो मनातून चिडला होता. पण ती चीड बाहेर न दाखविता तो म्हणाला, 'हा पुतळा कुणाचा आहे ?'

शिल्पकाराने शांतपणे उत्तर दिले, 'माजी महाराजांचा.'

राजा उपहासपूर्ण हास्य करीत म्हणाला, 'तो आता महाराज नाही ! साधा राजासुद्धा नाही ! रानावनाचा आश्रय करून जगणारा एक

पळपुटा मनुष्य आहे तो.'

'असेल !'

'अशा पळपुट्या माणसाचा पुतळा करून तो पराक्रमी आहे असं भासविणं म्हणजे जगाला फसविणं आहे.'

'आज आपण विजयी वीर म्हणून नगरात प्रवेश करीत आहात. पूर्वी या महाराजांनी असाच नगरप्रवेश केला होता ! त्या विजयाची स्मृती म्हणून मी हा पुतळा केला. आज मी आपला पुतळा केला आणि उद्या नगरप्रवेश करणाऱ्या राजानं त्याचा अधिक्षेप आरंभला तर- ?'

राजाने कठोर दृष्टीने शिल्पकाराकडे पाहिले, मग तो तीव्र स्वराने म्हणाला, 'तुमचा हात दगडांतून स्वर्ग निर्माण करीत असेल ! पण तुमची जीभ ती तुम्हाला सप्तपाताळात गाडून टाकील हे विसरू नका.'

'कलावंताची जीभ आणि हात निराळे नसतात, महाराज. त्यांचा मेंदू आणि काळीजही भिन्न नसतात. राजाधिराज, राजनीती वारांगनेप्रमाणे आपली रूपं बदलत असेल ! पण कलाकाराची नीती ही पतिव्रता आहे. जीवनात फक्त एकच अंतिम सत्य आहे हे ती जाणते. ते सत्य म्हणजे आपल्या आत्म्याच्या प्रकाशात फुलत जाणं.'

एखादा ज्वालामुखी हळूहळू धुमसू लागावा, तसा शिल्पकाराच्या प्रत्येक शब्दाने राजा अधिक अधिक क्रुद्ध होत होता. आता एकदम त्या ज्वालामुखीचा स्फोट झाला ! तो कर्कश स्वराने म्हणाला, 'तुम्ही कुणी सामान्य मनुष्य असता, तर या उत्मत्तपणाबद्दल मी तुम्हाला शिरच्छेदाची शिक्षा दिली असती ! पण-'

राजाची मुद्रा एकदम प्रफुल्लित झाली. कलावंताला द्यायच्या शिक्षेचे एक अभिनव तंत्र त्याला स्फुरले होते ! तो शांतपणाने म्हणाला, 'तुम्हाला अगदी अल्प शिक्षा देतो मी. या सर्व लोकांसमक्ष तुम्ही हा पुतळा आत्ताच्या आत्ता फोडून टाकला पाहिजे !'

लोकांत गडबड उडाली, जिकडे तिकडे कुजबूज सुरू झाली.

पण नगरद्वारापाशी तीन पुतळे शांतपणे उभे होते- राजा, शिल्पकार आणि शिल्पकाराने घडविलेला तो पुतळा !

पळ युगासारखे भासत होते. अशी कित्येक युगे गेली. शंभर, दीडशे, दोनशे-

राजाने प्रश्न केला, 'शिल्पकार, माझी आज्ञा मान्य आहे ?'

'नाही.'

'शिरच्छेदाला तयार व्हा.'

शिल्पकार हसत उत्तरला, 'काळीज गमावण्यापेक्षा डोकं गमावणं फार बरं !'

राजा संतप्त झाला. शिल्पकाराला कैचीत पकडण्याकरिता त्याने प्रश्न केला, 'तुम्ही आतापर्यंत स्वत:चा एकही पुतळा नाहीसा केलेला नाही ?'

'एकच का ? माझ्या कैक पुतळ्यांचा या हातांनी मी नाश केला आहे.

'तो का ?'

'त्यात माझी कला प्रगट झाली नव्हती म्हणून. त्या पुतळ्यांत माझ्या आत्म्याचं प्रतिबिंब पडलं नव्हतं म्हणून. या पुतळ्याची गोष्ट निराळी आहे. ही माझी आवडती कलाकृती आहे. पोटच्या गोळ्यापेक्षाही हिच्यावर माझं प्रेम आहे. माझं काम जगात सौंदर्य निर्माण करण्याचं आहे. सौंदर्याचा विध्वंस करण्याचं नाही. त्या कामाकरिता परमेश्वरानं राजेमहाराजे निर्माण केले आहेत !'

शिल्पकाराचे हे शब्द ऐकताच भोवताली पसरलेल्या जनसमुद्राच्या अंतरंगात एक प्रचंड हिमलाट पसरली. विजयी राजाचा असा अपमान करणारा मनुष्य आता क्षणभरही जिवंत राहणे शक्य नाही हे उघड दिसत होते.

पण राजाने मान खाली घातली होती. किती तरी वेळ तो तसाच उभा होता.

शेवटी मान वर करून तो म्हणाला, 'शिल्पकार, तुमच्या या राजाचा मी पराभव केला. पण त्याच्या या पुतळ्यानं आज माझा पराभव केला आहे ! युद्धातला विजय हा अंतिम विजय होऊ शकत नाही हे आज मला कळलं !'

◆ ◆

कवी

सौंदर्याचा शोध करीत करीत कवी एका खेडेगावापाशी आला.

गावात पाऊल टाकताच त्याचे मन उबगून गेले. रस्त्यावर ढोपरभर खोल खड्डे पडले होते. देवळाची कललेली भिंत एखाद्या वाकलेल्या म्हातारीसारखी भासत होती. आणि धुळीने भरलेली ती बैठी कौलारू घरे ? उकिरड्यावर लोळून आलेल्या घाणेरड्या कुत्र्याच्या पिलांसारखी दिसत होती ती.

त्याने दूरवर पाहिले. प्रसन्न क्षितिजाच्या पार्श्वभूमीवर एक हिरवी टेकडी हसत होती. जणू काही परदेशी गेलेल्या प्रियकराचे चिंतन करीत हिंदोळ्यावर स्तब्ध बसलेली मुग्ध तरुणीच !

गावाकडे क्रुद्ध कटाक्ष टाकीत तो त्या टेकडीच्या रोखाने झपझप चालू लागला. धापा टाकीतच तिच्या माथ्यावर तो पोहोचला.

विसावा घेण्याकरिता एका खडकावर बसला.

त्याने आजूबाजूला पाहिले. आपल्या डोळ्यांवर त्याचा विश्वास बसेना. वेडेवाकडे ओबडधोबड खडक भोवताली पसरले होते. अपघातात सापडून छिन्नभिन्न झालेल्या माणसासारखे वाटले ते त्याला. खुरटे निस्तेज गवत तेवढे त्या विद्रूप खडकांना सोबत करीत होते. दूरवर चोहीकडे लहान लहान झाडे वेड्यासारखे हातवारे करीत उभी होती.

अस्वस्थ होऊन शिलाखंडावरून तो उठला. आल्या वाटेकडे त्याने उत्सुकतेने पाहिले. ती नाचत नाचत खाली जात होती. एका हिरव्यागार यक्षसृष्टीत गुप्त झाली होती.

त्याने डोळे विस्फारून पाहिले. मघाचेच गाव होते ते. आईचा पदर धरून गोजिरवाण्या बालकाने खेळत रहावे, तसे ते त्या हिरव्या झाडीच्या आडून हसत होते. आणि आशीर्वादाकरिता तपस्व्याने उंच

केलेल्या हातासारखा दिसणारा तो देवळाचा कळस...

त्याचा आपल्या डोळ्यांवर विश्वास बसेना ! पण त्याची पावले मुकाट्याने त्या नाचत, मुरडत खाली जाणाऱ्या वाटेकडे वळली.

✦ ✦

मृगजळ

सूर्य डोक्यावर आला, उन्हाच्या झळांनी वृक्ष-वेली मूर्च्छित पडल्या. धरणी सुस्कारे सोडू लागली.

दोन पाडसे तृषाक्रान्त होऊन चोहिकडे वणवण हिंडत होती. पण पाण्याच्या गारव्याचा स्पर्श झालेली वाऱ्याची झुळूक सुद्धा त्यांना कुठे भेटेना.

त्यांनी डोळे ताणून दूर पाहिले, क्षितिजापाशी काही तरी लखलखत होते.

पाणी-पाणीच होते ते ! सूर्याच्या किरणांत ते चमकत होते. क्षितिजावरले त्याचे ते मोहक चंदेरी नृत्यू जणू काही जलदेवता स्वच्छंद तिथे नाचत होती. हरिणशावके क्षितिजाच्या रोखाने धावू लागली.

पहिले बाणाच्या वेगाने पळत सुटले. त्याने मध्येच मान मुरडून वळून पाहिले. दुसरे फार मागे राहिले होते.

पहिले धावता धावता ओरडून म्हणाले, 'वेड्या, असा रेंगाळू नकोस. तुझ्या या गतीनं तू क्षितिजापाशी पोचेपर्यंत ही चंदेरी नदी आटून सुद्धा जाईल ! किती आळशी आहेस तू. ती क्षितिजावर लखलखणारी ही गंगा. मूर्खा, देवाची कृपा आहे ती. ती केव्हा नाहीशी होईल...'

त्याने निरखून पाहिले, दुसऱ्या हरिणाने आपला वेग अद्यापि वाढविला नव्हता.

पहिले पूर्वीपेक्षाही अधिक वेगाने दौडू लागले जणू काही अंतराळातून चमकत जाणारी वीजच.

आकाशाला लागलेला वणवा हळूहळू विझत चालला. राखेच्या ढिगाप्रमाणे दिसणारे काही ढग मावळतीकडे फिरू लागले. पेटलेल्या वृक्षखंडासारखे भासणारे काही मेघही तिथे दिसत होते. पण त्यांच्यातून

निघणाऱ्या ज्वालांत आता दाहकर्ता राहिली नव्हती.

दुसऱ्या हरिणाने समोर पाहिले, क्षितिजाची कडा काळ्या रंगाने सारवल्यासारखी झाली. आपण रेंगाळत आलो ही पार मोठी चूक केली असे त्याला वाटू लागले.

इतक्यात कुणाच्या तरी कण्हण्याचा आवाज त्याच्या कानावर पडला.

त्याने पुढे येऊन पाहिले. ते दौडत आलेले हरिण उरी फुटून पृथ्वीवर पडले होते. त्याच्या उघड्या तोंडातून रक्तबिंदू ठिबकत होते. ते क्षीण स्वरात उद्गारले, 'पाणी, थोडं पाणी !'

दुसऱ्या हरिणाचे डोळे भरून आले.

पहिले हरिण जड स्वरात म्हणाले, 'ऐक नीट, कान देऊन ऐक... पाणी-'

दुसरे हरिण ऐकू लागले. दूर कोठे तरी झरा खळखळत होता. खडकांवरून उड्या मारताना त्या निर्झराच्या पायातल्या वाळ्यांचा किती मंजूळ आवाज होत होता.

ते आनंदाने आपल्या मित्रापाशी जाऊन म्हणाले, 'गड्या ऊठ.

जवळच पाणी आहे कुठं तरी. चल, ऊठ वेड्या. इतका वेळ वाऱ्यासारखा धावलास आणि आता-'

पहिल्या हरिणाने काहीच उत्तर दिले नाही. दुसऱ्याने वाकून पाहिले. पहिल्याच्या दृष्टीत शून्यत्व आले होते.

दुसऱ्या हरिणाने व्याकुळ होऊन वर पाहिले. आकाशाच्या महालात पावलापावलाला दीप उजळत होते. आणि त्यांचे स्वागत करण्याकरिता तो झरा मघापेक्षाही मोकळ्या आवाजाने गाऊ लागला होता !

✦ ✦

प्रेषित

स्वर्गात परत आलेल्या पहिल्या प्रेषिताला पोटाशी धरून परमेश्वर म्हणाला, 'आता मानवी जगाची काही काळजी करण्याचे कारण नाही मला, होय ना ?'

परमेश्वराच्या प्रेमळ बाहुपाशातून मुक्त होत आणि ध्यानस्थ होण्याकरिता पद्मासन घालीत तो प्रेषित उद्गारला, 'प्रेम, अहिंसा हाच परमधर्म आहे. हे मनुष्याला पूर्णपणे पटवून मी आलो आहे. आता तू कसलीही काळजी करू नकोस.'

चिंतेने व्याकुळ झालेल्या परमेश्वराला हे ऐकून फार आनंद झाला. किती तरी शतकांनी त्याचा डोळा लागला.

पण त्या शांत निद्रेतून तो एकदम दचकून जागा झाला. एक भयंकर स्वप्न पडले होते त्याला.

त्याने डोळे उघडून पाहिले. छे, ते विचित्र स्वप्न नव्हते, क्रूर सत्य होते, खांद्यावर क्रूस घेतलेला त्याचा प्रिय पुत्र हसत त्याच्या पुढे उभा होता. पण त्याचे धवल हास्य आणि रक्तलांछित वस्त्रे यांतील विरोध मोठा विलक्षण दिसत होता.

पद्मासन घालून ध्यानस्थ झालेला प्रेषित आपल्या ध्यानातून जागृत झाला आणि खांद्यावर क्रूस घेतलेल्या त्या व्यक्तीकडे आश्चर्याने पाहू लागला. शेवटी त्याने परमेश्वराला प्रश्न केला.

'प्रभो, हा कोण आहे ?'

'तुझ्या सारखाच माझा एक प्रिय प्रेषित.'

'हा कुठं गेला होता ?'

'पृथ्वीवर.'

'कशासाठी ?'

त्या दुसऱ्या प्रेषिताने मध्येच उत्तर दिले,
'देवाचं राज्य पृथ्वीवर स्थापण्यासाठी.'
पहिला प्रेषित म्हणाला,
'ते तर मी पूर्वीच स्थापून आलो होतो.'
दुसरा उत्तरला,
'ते तिथं स्थापन झालं असतं तर माझ्यावर स्वतःचं बलिदान करण्याचा प्रसंग का आला असता ?'
लगेच परमेश्वराकडे वळून तो म्हणाला,
'प्रभो, आता मात्र तू काही काळजी करू नकोस. मी जगाला सन्मार्ग दाखवून आलो आहे. तू शांत निद्रेत निमग्न हो.'
परमेश्वराने डोळे मिटून झोपण्याचा प्रयत्न केला, पण आता काही केल्या त्याला झोप येईना.

◆ ◆

शांती

हळूहळू काळ्या ढगांतून सूर्यबिंब वर येऊ लागलं.

ते पाहून एखादी कवीयित्री उद्‌गारली असती, 'काल संध्याकाळी सागरात बुडालेला सुवर्णकलश शोधता शोधता तिच्या अंगावरले हिऱ्यामोत्यांचे अलंकार गळून पडले. ते शोधायला ती पुन्हा सागरात गेली आहे आणि तिने वर आणलेला हा सुवर्णकलश लाटांवर डौलाने तरंगत आहे.' या रमणीय दृश्याने आनंदित झालेल्या एखाद्या बालकाला वाटले असते, 'नंदनवनातल्या सुंदर आम्रवृक्षाचा पाडाला आलेला एक आंबा घरंगळत खाली पृथ्वीवर येत आहे.' पण याच देखाव्याने एखाद्या वृद्धाच्या मनात असा तरंग उद्‌भवला असता, 'यौवनातल्या मधुर आणि मादक स्वप्नांत गुरफटून राहिलेला मानवाचा आत्मा आता जागृत होऊन आपलं शुद्ध स्वरूप प्रगट करू लागला आहे.'

अरण्यातल्या नदीच्या प्रवाहात सूर्याला अर्ध्यदान देत उभ्या असलेल्या त्या साधूच्या मनात मात्र यांपैकी कुठलीच कल्पना आली नाही. तोंडाने गायत्री मंत्राचा जप करीत असतांना तो मनातल्या मनात प्रार्थना करीत होता. 'हे प्रभो, तू प्रकाशमय आहेस. पृथ्वीवरच्या अंध:काराचा प्रत्येक दिवशी तुझ्या कृपेने लोप होतो. पण त्याच पृथ्वीवर वावरणाऱ्या प्राण्यांच्या मनात जो अंधार पसरला आहे तो तू केव्हा दूर करणार ? प्राणीमात्रातला परमेश्वर प्रत्येकाला केव्हा दिसू शकणार ? दयाघना, जगातला हा अशांतीचा वणवा तूच शांत करू शकशील. माझं तप घे, माझं सुख घे, माझा स्वर्ग घे, पण या जगात शांतीचं साम्राज्य पसरेल असं काही तरी कर. सिंहाच्या पाठीवर सशानं खेळावं, गरुडाच्या कुशीत सापानं झोपावं, आर्यांच्या गळयात गळा घालून अनार्यांनी नांदावं, एवढीच माझी इच्छा आहे.'

याच वेळी एक घार आपल्या घरट्यातून त्या सूर्यबिंबाकडे डोकावून पाहात होती. ते बिंब पाहून ती आनंदित झाली. बहुधा तिला कोंबडीच्या कोवळ्या लुसलुशीत पिलाची आठवण झाली असावी.

तिचे एकुलते एक पिल्लू हळूच मागून येऊन तिच्या कुशीत लाडालाडाने आपले मस्तक लपवीत होते. वात्सल्याने मागे वळून तिने त्याच्या चिमण्या चोचीत आपली चोच घातली, आणि ती म्हणाली, 'राजा, तुला खाऊ आणायला जायची वेळ आली. जाते हं मी. काल तू घरट्याबाहेर जायला अगदी अधीर झाला होतास. म्हणून तुला सांगते, अजून तुझे पंख दुबळे आहेत. या समोरच्या निळ्या हसऱ्या आभाळांत एक दुष्ट चेटकीण लपून बसलेली असते. ती तुझ्यासारख्या पिलांना हळूच खुणावते, नि त्यांना भुलवून घरट्याबाहेर नेते. किलबिल किलबिल करीत ती तुला गाणी म्हणून दाखवील. ढगांच्या हत्तींवर आणि घोड्यांवर तुला बसविते असं आमिष दाखवील. पण लक्षात ठेव. लहान पिलांना मारून त्यांचं कोवळं मास खाणारी राक्षशीण आहे ती. माझ्या गळ्याची शपथ आहे तुला. काही झालं तरी आपल्या घरट्यातून बाहेर पडू नकोस. माझ्या छकुल्यासाठी आज मी काय आणणार आहे सांगू ? एक सुंदर सापाचं पिल्लू.'

'पिल्लू ?' त्या चिमण्या जीवाने प्रश्न केला.

'हो. सापाच्या पिल्लाचं मांस किती गोड असतं म्हणून सांगू ? छे; सांगून ते तुला कधीच कळायचं नाही. आज तू ते खाल्लंस म्हणजे...'

त्याने पुन्हा प्रश्न केला, 'त्या सापाच्या पिल्लाला आई असते ना ?' घारीने मान डोलवली.

'मग त्याला तू मारून आणलंस तर ती रडत बसेल की.'

'माझं बछडं किती साधं भोळं आहे ग बाई ! अरे वेड्या, सापाची जात निराळी आणि आपली जात निराळी. आपलं आणि सापाचं वैर आहे.'

'वैर म्हणजे काय ग ?'

'घार ही सापाचा शत्रू आहे, समजलास ?'

'पण शत्रू म्हणजे काय ?'

'शत्रू म्हणजे ज्याला आपण ठार मारायचं असतं तो.'

'का मारायचं त्याला ?'

'आपल्याला खायला मिळावं म्हणून.'

'आपण दुसरं काही तरी खाऊ.'

'वेडा कुठला ! आपल्या अरण्यात तो एक साधू रहातोय ना ! त्याचा मुलगा व्हायचास तू. चुकून माझ्या पोटी जन्माला आलास.' असे हसत हसत म्हणत आणि त्याच्या चोचीवर मायेने चोच घाशीत घार घरट्याबाहेर पडली. तिने पंख पसरले. ती झेपावत खाली चालली. जणू काही स्वर्गातून डुलत डुलत उतरणारे विमानच.

याच वेळी एक भिल्ल हातात तिरकमठा घेऊन झोपडीबाहेर पडत होता. आपल्या एकुलत्या एक लाडक्या मुलाचा मुका घेऊन तो म्हणाला, 'पोरा, रानातली रंगीबेरंगी फुलं गोळा करायला तू दूरदूर भटकत गेला होतास तसं कुठं जायचं नाही हं आज. रानातल्या जाळ्यात जीवजिवाणू लपून बसलेलं असतं. माणसाला ते केव्हा चावेल याचा नेम नाही.'

'पण बाबा—'

'पण नाही नि बिण नाही. काल आभाळात एक घार फिरत होती. ती पाहून हे पाखरू मला खेळायला हवं असा तू हट्ट धरून बसला होतास. आज तुला घारीचं पिल्लू आणून देणार आहे मी. पहिलं काम ते, मग दुसरी शिकार.'

मुलाने विचारले, 'त्या पिल्लाला आई असते ना ?.

'अरे वेड्या, या जगात आईशिवाय कुणीच जन्माला येत नाही.'

'मग मला ते पिल्लू नको बाबा तुम्ही त्याला धरून आणलंत म्हणजे त्याची आई तिकडं रडत बसेल. काल मी हरवलो होतो तेव्हा आई रडायला लागली नव्हती का ?'

त्याच्या पाठीवरून प्रेमाने हात फिरवीत पिता उद्गारला, 'या अरण्यात तो एक साधू राहतोय ना ? त्याचाच मुलगा व्हायचास तू. चुकून माझ्यासारख्या शिकाऱ्याच्या पोटी तुझा जन्म झाला. अरे वेड्या, पाखराची जात निराळी आणि माणसाची जात निराळी. हं, चल. लाग तुझ्या तिरकमठ्यानं खेळायला.'

पोराचे खांदे गदागदा हलवून आणि त्याच्या गालाला गाल लावून शिकारी झोपडीबाहेर पडला. आपला तिरकमठा सरसावून तो झपझप चालू लागला. जणू काही आपल्या मातृभूमीच्या रक्षणासाठी लढाईवर

जायला निघालेला शूर सैनिकच.

याच वेळी एक सर्पीण एका झाळीच्या आड आपल्या पिलाशी गुलूगुलू बोलत होती.

पिल्लू म्हणत होते, 'आई उन्हं किती वर आली बघ. चल, आपण आपल्या बिळात झोपायला झाऊ या.'

आईने रागाने म्हणाली, 'अंऽहं, इतक्यात जायचं नाही. जरा थांब. तो शिकारी रोज या वाटेनेच जातो. त्याचा कडकडून चावा घेतल्याशिवाय मला चैन पडायचं नाही.'

'पण आई, काल त्याचा पाय तुला चुकून लागला असेल; एवढं काय मनात ठेवायचं ते ? मी नाही का तुझ्या अंगावर हवा तसा लोळत ?'

'वेडं रे वेडं. छबड्या, आपल्या या अरण्यात तो साधू राहतोय ना ? त्याचाच मुलगा व्हायचास तू. चुकून माझ्या पोटी जन्माला आलास ?'

पिल्लू म्हणाले, 'पण तू त्या शिकाऱ्याला चावून ठार मारलंस तर त्याचा तो मुलगा रडत बसेल ना !'

'खुशाल बसू दे. आपल्याला काय करायचं त्याच्याशी ? सापाची जात निराळी माणसाची जात निराळी !'

इतक्यात समोरच्या गर्द झाडीतला पाचोळा वाजू लागला. पाचोळ्याचा चुर्र चुर्र असा आवाज ऐकताच सर्पीण पिल्लाला म्हणाली, 'अगदी लवकर परत येते हं मी. इथंच सांभाळून राहा, राजा या जाळीच्या बाहेर कुठं कुठं जाऊ नकोस.'

अजूनही पाचोळा चुर्र चुर्र वाजतच होता. पिल्लाला प्रेमानं कुरवाळून सर्पीण जाळीतून बाहेर पडली. जणू काही वेडीवाकडी वळणे घेत सागराकडे धावणारी नदीच.

शिकारी घारीचे घरटे हुडकीत निघाला. लपत छपत सर्पीण त्याचा पाठलाग करू लागली. मध्येच तिने वर पाहिले. एक घार तीक्ष्ण दृष्टीने पृथ्वीकडे पाहात आभाळात गिरक्या घेत होती. सर्पिणीच्या अंगावर काटा उभा राहिला. ती चटकन जवळच्या जाळीत जाऊन लपली.

थोड्या वेळाने ती बाहेर आली तेव्हा घार दूर दूर तरंगत जात होती. तिने इकडे तिकडे पाहिले, शिकारी कुठेच दिसेना. रागारागाने फुत्कार

सोडीत ती त्याचा मार्ग काढू काढली.

तिचे पिल्लू तिच्या मागोमाग निघाले होते. पण त्याची तिला दादच नव्हती. शिकाऱ्याचा मुलगाही बापाच्या पाठोपाठ झोपडीबाहेर पडला होता. उडण्याचा मोह अनावर होऊन घारीचे पिल्लूही घरट्यापासून दूर दूर जात होते. आईबापांनी उपदेश करावा आणि त्यांच्या अपत्यांनी तो न ऐकता स्वच्छंदाने वागावे ही जीवनाची रीतच आहे.

शिकारी आभाळ टेहळीत होता. पाहता पाहता त्याला ते घारीचे पिल्लू दिसले. लगेच नेम धरला, तिरकमठ्यावरून बाण सुटला.

त्याच क्षणी सर्पिणीने त्याच्या पायाचा कडकडून चावा घेतला.

दुसऱ्याच क्षणी तिच्या पिल्लावर घारीने झडप घातली.

शांतीचा परम उपासक असलेला तो साधू सूर्याला सहस्त्र अर्घ्य देऊन ईशचिंतन करीत आपल्या पर्णकुटीकडे परत येऊ लागला होता. 'बाबा, बाबा' असा करुण आक्रोश त्याच्या कानांवर पडताच त्याने आपले पाऊल त्या दिशेला वळविले. दुरून त्याला जे दृश्य दिसले ते पाहून आपली सारी तपश्चर्या आज फळाला आली असे त्याला वाटले. प्राणिमात्राने वैर विसरून मित्र-मित्र म्हणून राहावे ही आपली प्रार्थना

परमेश्वराने आज ऐकली असा त्याला भास झाला. घार व साप यांच्या जवळ एक मुलगाही दिसत होता. सर्पिणीला घारीची भीती वाटत नाही, माणसाला सापाचे भय वाटत नाही, आणि माणूस पाहून घार भयभीत होत नाही. किती सुंदर आणि मंगल दृश्य ! केवढा हा आपला विजय ? आभाळाकडे डोळे लावून आणि भक्तिभावाने हात जोडून तो साधू उद्गारला, 'प्रभो, धन्य आहे तुझी लीला !'

तो थोडा पुढे आला. एकदम शहारला. त्याच्या दृष्टीला तीन प्रेते पडली- एक माणूस, एक घारीचे पिल्लू आणि एक सापाचे पिल्लू.

त्याच्या हातातला कमंडलू खाली गळून पडला. आता त्याला वर आभाळाकडे पाहण्याचा धीर होईना. खाली मान घालून तो पृथ्वीकडे पाहू लागला. त्याच्या डोळ्यांतून टप टप टिपे गळू लागली.

◆ ◆

सूर्यास्त

वि. स. खांडेकर

'सूर्यास्त' हा मराठी साहित्यातील श्रेष्ठ लेखक कै. वि. स. खांडेकर यांचा कुमारवयातील मुलांसाठीचा कथासंग्रह.

खरं-खोटं, सुष्ट-दुष्ट यांच्या संघर्षात अंतिम विजय सत्याचाच असतो, हेही कालातील सत्य आहे; कोणतीही शक्ती - मग ती कितीही बलाढ्य का असेना - सत्याला जिंकू शकत नाही; सत्य आपल्या आत्मतेजानं झळाळत असतं आणि ते अंगिकारलं, तर 'अस्त'सुद्धा 'सूर्यास्ता'सारखा लखलखीत असतो, हे तत्त्व लेखक वि. स. खांडेकर आपल्या कथांतून वाचकांच्या मनावर ठसवतात; आणि जीवनातल्या उच्च मूल्यांची वाचकांच्या मनात प्रतिष्ठापना करतात.

त्यासाठी ते अस्सल आणि बेगडी, श्रेष्ठ आणि कनिष्ठ समोरासमोर ठेवतात. कधी आपल्या परखड लेखणीने ते खोट्या - ढोंगी प्रतिष्ठेचे मुखवटे फाडतात; तर कधी उपरोधाने खोट्याचा खोटेपणा ठळक करून सत्याचा उद्घोष करतात, तर कधी रूपककथांतून सहजतेने जीवनाचं मर्म उलगडून दाखवतात. रूपककथा हे कै. वि. स. खांडेकर यांच्या लेखनाचे सामर्थ्य आहे, हे या कथांतून प्रत्ययास येते.

यज्ञकुंड

वि. स. खांडेकर

'यज्ञकुंड' हा मराठी साहित्यातील श्रेष्ठ लेखक
कै. वि. स. खांडेकर यांचा कुमारांसाठीचा कथासंग्रह. अतिशय सहज, अकृत्रिम
शैलीतील या कथा कुमारांनाच नव्हे, तर प्रौढांनाही अंतर्मुख करतात.

आपल्या देशाला पारतंत्र्याच्या शृंखलेतून मुक्त करण्यासाठी अगणित लोकांनी
आपलं सर्वस्व पणाला लावलं. गांधीजी, नेहरू, सरदार वल्लभभाई पटेल,
लाला लजपतराय, टिळक यांच्यासारख्या नेत्यांनी पेटवलेल्या यज्ञकुंडात त्यांनी
आपल्या व्यक्तिगत जीवनांची, आशाआकांक्षाची आहुती दिली.
त्यांनी पाहिली आदर्श समाजाची स्वप्न !...

परंतु स्वतंत्र देशातली पुढची पिढी ही बांधिलकी मानते का?... केवळ
व्यक्तिगत उत्कर्षासाठी व स्वार्थासाठी त्यांनी स्वत:चे वेगळे मार्ग चोखाळले
तर?..... देशप्रेमाचं हे यज्ञकुंड विझेल का?... जीवनकलहाच्या आरंभी
जोपासलेली मूल्यं तरी शेवटपर्यंत तशीच लखलखीत राहतात का?

'जीवनासाठी कला' असे मानणारे वि. स. खांडेकर आपल्या कथांतून,
जीवनातील उच्च नैतिक मूल्यांचा उद्घोष करत हे प्रश्न उपस्थित करतात.

www.ingramcontent.com/pod-product-compliance
Lightning Source LLC
Chambersburg PA
CBHW071318200626
46813CB00015B/2253
* 9 7 8 8 1 7 7 6 6 2 3 3 7 *